பேனா முனை

Published By

Penaa Munai

Edited By Sivapragadeesh

Published by: Poetry World Org.

Publisher's Address: Haryana

Printed under PWO in India

Edition : I (2022)

ISBN (Paperback) - 9789390724673

Book Design by POETRY WORLD

POETRY WORLD ORG 2021

பேனா முனை

தலைமை தொகுப்பாளர்

பார்கவி சிவபிரகாஷ்

தொகுப்பாளர்

ப.சிவபிரகதீஷ்

தலைமை தொகுப்பாளர்

இவள் திருமதி.பார்கவி சிவபிரகாஷ், மஞ்சள் மாநகரமான ஈரோட்டை சேர்ந்தவள். இவள் புனைப்பெயர் "கவியின் கவிதை". கணிதவியல் முதுகலை பட்டம் முடித்தவள். இன்று தன் கனவுகளை முழு மனதோடு ஆர்வமாய் பின் தொடர்கிறாள்.

தனது இன்ஸ்டாகிராம் பக்கத்தில் (*@kaviyinkavithai*) ஏறத்தாழ *2500*க்கும் மேற்பட்ட குறுங்கவிதைகள், நீள்கவிதைகள் பல புனைந்துள்ளார். *Spectrum of thoughts*ல் இணை எழுத்தாளராகவும், தன் முதல் கவிதை திரட்டான *"Enticement of fondness/*காதலின் தாகங்கள்*"* தொகுத்துள்ளார். இப்பொழுது *Poetry World Organisation*ல் தலைமை தொகுப்பாளராய் பல கவிதை திரட்டினை வழங்கி வருகிறார்.

தொகுப்பாளர்

இவர் பெயர் தமிழ்மகன் ப.சிவபிரகதீஷ். இவர் இராமநாதபுரம் மாவட்டத்தில் மண்டபம் எனும் ஊரில் பிறந்தவர். இவர் சென்னையில் உள்ள டாக்டர்.எம்.ஜி.ஆர் கல்வி மற்றும் ஆராய்ச்சி நிறுவனத்தில் துணை மருத்துவத்துறையில் மருத்துவர் உதவியாளர் (*BSc.Physician Assistant*) படிப்பு படித்து வருகிறார். இவர் பட்டிமன்ற பேச்சாளராகவும் தன்னம்பிக்கை பேச்சாளராகவும் கவிஞராகவும் வலம் வருகிறார். இவர் அறிவைத் தேடி என்னும் தமிழ் மற்றும் சமூக அமைப்பின் மாநில பொதுச் செயலாளராகவும் உள்ளார். இவர் *50க்கும்* பேர்ப்பட்ட விருதுகளுக்கு சொந்தக்காரர்.

கவி புனைவோன்

அவன் கற்பனை

வானில் சிறகடிப்பான்!

கானல் நீரில் கூட

தாகம் தீர்ப்பான்!

வானவில்லுக்கும் நெளிவெடுப்பான்!

காற்றையும் தூது விடுவான்!

இரும்பு இதயத்தையும்

இன்பம் பெற வைத்திடுவான்!

ஆகாயத்தையும் ஜவிரலால் அளவெடுப்பான்!

ஆழியையும் அடக்கிடுவான்!

வானுக்கும் வர்ணம் பூசிடுவான்

அவன் கவி வரிகளால்!

- தமிழ்மகன் ப.சிவபிரகதீஷ்

சிறப்பு குறிப்பு

இவன் பெயர் முனீஸ்வரன் ரா. இவன் ஒரு தமிழன். தமிழை வளர்ப்பதில் அதிக ஆர்வம் கொண்டவன். மரபுக்கவிதைகள் எழுதும் பழக்கம் கொண்டவன். புதுக்கவிதைகளும் எழுதுவான்.

உள்ளடக்கம்

அவாவின் ஆவல்

கவியாகிய நான், "கண்ணாடிப் பேழைக்கு முன் கண் விழிக்கும் போதெல்லாம் எழுத்துப்பிழைகள் நிரம்பிய கிறுக்கிய கோலங்களைத் தான் காலத்திற்கும் கதைக்க விரும்பும் காவியங்கள் என்று கூறுவேன். பல வரிகளை சலிப்பில்லாமல் ரசிக்கலாம். ஆனால் சில வரிகளுக்கு மட்டும் தான் உயிர் உணர்ச்சி இருக்கும். உயிரையும் கூடவே சேர்த்து பறிக்கும். அவ்வுயிருக்குள் உறங்கும் வலியின் வரிகளாகத்தான் இவ்வையகத்தில் வாழ விரும்புகிறேன்! என் ஆகச்சிறந்த ஆசைகள் இவ்வளவே!

பா. கவுசிகா (பார்கவி)

யார் கவிஞன்?

பேசாத பொருளெல்லாம் பேசுபவன் கவிஞனல்லன்

கூசாது பொய்யுரைத்து எழுதுபவன் கவிஞனல்லன்

எவன் கவிஞன் எனும் கேள்விக்கு

இவன்தான் கவிஞனென நானுரைப்பன கேளீர்

ஏட்டினில் எழுதுபவன் கவிஞனல்லன் உயிர்க்

கூட்டினில் உணர்வினை ஊட்டுபவன் கவிஞன்

ஆயிரம் பக்கங்கள் சொல்லாததை சிலவரிகளில்

உயிருக்குள் ஊடுருவச் செய்பவன் கவிஞன்

முடைநாற்றம் பிடித்த சமூகத்தின் கேடுகளை

படையெடுக்கும் எழுத்தால் சாடுபவன் கவிஞன்

நா. அருண் பிரசாத்

கவிஞனின் உற்ற துணை

கவிஞனின் கைரேகை!

கவிஞனின் கைகளில் தவழ்ந்திடும் சிறுகுழந்தை!

சிந்தனையை தூண்டிடும் கருவி!

சிதறிய துளிகளை ஒன்றாய் சேர்க்க துடிக்கின்ற
கவிஞனின் கைவிரல்!

மைத்துளிகள் ஒவ்வொன்றுமே அவனின் கலைகளை
எடுத்து கூறிடுமே!

மைத்துளிகளில் அவனின் வரிகளோ பொங்கி ஓடிடும்
பெருவெள்ளம்!

வறுமையிலும் அவனை வாட்டியது இல்லை! வசதி
வந்தாலும் அவனின் உற்ற துணையாவான்!

வாய்ப்புகள் அனைத்தையும் உருவாக்கிட அவனுடன்
சேர்ந்தே பாடுபடுகின்றது!

வளமையும் வறுமையும் அவனின் எழுதுகோலில்
எட்டிப்பார்த்திடும்!

கவலைகளை களைந்து அவனை உணர்ச்சி
வெள்ளத்தில் பெருக்கெடுக்க செய்திடும்!

கலையாத வரிகளை எல்லாம் கவி வரிகளாய்
பட்டைத்தீட்டிடுவான்!

கு. ரமேஷ்குமார்

காவியத் தலைவன்

பறந்து கிடக்கும் பாரில் பார் போற்றும் புகழ் பெற்று
சிந்தனைகளின் சுரூபமாய்

எழுத்துக்களின் ஏடாய் சொற்சுவையும்
பொருட்சுவையும்

தித்திக்கும் தேன் தமிழும் சிறக்க

சிற்பமாய் செதுக்கிட்ட என்செந்தமிழ் கவிஞர்களே!
கவிதை எழுதி காவியம் படைத்த எங்கள்
காவியத்தலைவனே கவிதையின் பித்தனாக பிரபஞ்சம்
படைத்து ஆயுதமாகிய எழுத்தினைக் கொண்டு புரட்சி
படைத்த பாரதி போல் உன் எழுத்துக்களால்
உருப்பெறும் கவிதைகளை படைக்கும் கவிஞனே

நீ ஒரு கவி படைத்த கம்பன்

புதிய சிந்தனையின் புத்துயிர்

சீவன் பிரிந்தாலும் கவி படைக்க மீண்டும் பிறக்கும்
கவியரசர்களின் மத்தியில் காற்றில் கவிபாடிக்
கொண்டிருக்கும் கவியோடு மீண்டும் பிறக்க
காத்திருக்கும் கவிஞன்.

 கு. கவிப்பிரியா

முடியாத முடிவு

பாரதி!

ஆதிபகவன் பெற்ற மகனே

இருளை அகற்றி ஒளிஏற்றினீரே

இல்லத்தரசிகளின் வாழ்வில்.

வங்கக்கடலும் பொங்கி எழுகிறது -உந்தன்

வளமிகு எழுச்சி கொண்ட சொற்களால்

முக்கனியின் சுவை கூட

தோற்றுவிடும்-உந்தன்

முத்தான சொற்களால்

எழுதுகோலில் ஏற்றம் கண்டாய்

ஏழைகளின் கண்ணீர் கரைய!

அமுதம் மிஞ்சும் சொல் தரும்

அழகுத் தமிழுக்கு மூன்றெழுத்து

தமிழ் படித்து நான் படைக்கும்

தன்னிகரற்ற கவிதை
மூன்றெழுத்து

அந்தக் கவிதைக்குக்

காவலனாகவும்,

கன்னித்தமிழுக்கு பாவலனாகவும்,

கடல் போன்ற அறிவுடைய

பாரதி மூன்றெழுத்து.

பொ. லோகேஷ்

என் கவிவரிகள்

இரண்டு வரிகள்

தொடங்கிய சொற்கூட்டங்கள்!

என் கவி வரிகள்!

தவறுகளும் நிராகரிப்பும்

தோல்வியும் பல கண்ட

என் கவி வரிகள்!

கூட்டங்கள் கூடி பரிசுவிழா!பாரா ட்டும் பல
நண்பர்களின் கவிக்கு!

ஏக்கமும் ஏமாற்றமும்

என் கவி வரிக்கு!

காலங்கள் கடந்தும்

தீ ட்டினேன் என்கவிவரிகளை!

மனம் தளராத வரிகள்

உண்டு!

கல்லூரி வாழ்வை தொடங்கி

கவி வரிகளை தொடுக்க!

வாய்ப்புகள் கிடைத்தது!

இருக்கும் இடத்துலே தலைப்பு!

எழுதிய வரிகள் என் கவிதை!

எதிர்பாரா நிகழ்வு என் வரிகளுக்கு வெற்றி!

மாவட்டத்தில் மூன்றாம் இடம்!

ஐந்தாயிரம் பரிசு!

புகழும் புகைப்படமும்!

என் கவிக்கு!

விடா முயற்சியின் வரிகள்!

ரா. கலைவாணி

என் பயணம் நீயே

என் வாழ்வில் பயணங்கள் இருக்கும் போது

மிக கவனமாய் இருக்கிறேன்.

அந்த பயணத்தின் போது கற்பனையில் உதிக்கும்

கவிதை வரிகள் கலையாமல் இருப்பதற்காக

என்னை யார் என்று எனக்கு அடையாளம் காட்டியது
நான் எழுதும் கவிதை வரிகள்

கவிதை எழுதும் போது எனக்கு கிடைத்த பெருமை
கவிதாயினி என்று

கவிதாயினி என்றால் பொறுமை, நேர்மை,

சிந்தனை ஆற்றல், பகுத்தறிவு திறன்

கவிஞர் பயணம் செல்லும் போது கையோடு காகிதமும்
எழுத்தாணி இருந்தால் மனதில் தோன்றும் போது
கவிதை எழுதலாம்

உள்ளுக்குள் இருக்கும்

உணர்வுகளை கஷ்டங்களை

உறங்க வைக்காமல்

உலகமறிய சொல்பவள்

தான் நல்ல கவிதாயினி என்று!

அ. அனிதா

27

பாரதியின் நாட்டுப்பற்று

பாட்டுக்கொரு புலவன் பாரதி!

தமிழ்மொழி மீது மிகுந்த பற்றுக் கொண்டவரே!

யாம் அறிந்த மொழிகளிலே தமிழ்மொழி போல்
இனிதாவது எங்கும் காணோம் என்று பாடியவரே!

பாரதியின் பாடல்கள் நம் மனதில் புத்துணர்ச்சி
பிறக்கிறதே!

"பாப்பா பாட்டு" குழந்தைகளுக்கும் அறிவுரை
கூறியவரே!

பாரதியார் "கீதையை" தமிழில் மொழி பெயர்த்தவரே!

பாஞ்சாலி சபதம், கண்ணன் பாட்டு, குயில் பாட்டு,
நூல்களையும் எழுதியவரே!

இந்திய விடுதலைப் போராட்டத்தில் ஈடுபட்டவரே!

மக்களுக்கு விடுதலை உணர்வைத் தூண்டும் கட்டுரை,
கவிதைகள் எழுதியவரே!

இந்தியா உலக நாடுகளுக்கெல்லாம்

தலைமை ஏற்கும் முதன்மை நாடாக

இருக்க வேண்டுமென்று அயராது பாட்டவரே!

வாழ்க பாரதம்! வாழ்க பாரதம்!

வாழ்க பாரதி! வாழ்க பாரதி புகழ்!

மா. நஜ்மூன்

கவிஞர்

"சொல்வளம் மிகுதி உடையவராம்.

சோர்விலா எழுத்தைக் கொண்டவராம்.

எண்ணத்தில் உதித்தையும்

ஏற்றமிகு கருத்துகளையம்

எப்போதும் எடுத்து இயம்புவராம்.

இவரின்

கற்பனைக்கு அளவில்லை காட்சிப் பொருளுக்கு
எல்லையில்லை

அந்தாதியை

அழகாய் வைத்து

எதுகைமோனையை

எடுப்பாய் வைத்து

நித்தம் எழுது கோலைப் பிடித்து

நித்திரை தனைத் தொலைத்து

புத்தம் புது கவி வடிப்பார்

இறவா இலக்கிய வளம் காப்பார்

கற்பனைத் தேரில் வலம் வந்து

சொற்சுவை பொருந்த பா சமைத்து

கற்றவர் சபையில் கவி தொடுத்து

நாற்றிசை எங்கும் புகழ் மணக்க

வாழ்பவர் எவரோ

அவரே கவிஞர்

அவரே புலவர்!

Radha

என் மனதில் கவிஞர்கள்

காற்றில் பறக்கும் பறவைகள் போல் மக்களின் மனதில் கவிதைகள் பறந்து கொண்டிருக்கிறது.

ஆசை ஆசையாய் எழுதிய கவிதையை அரங்கத்தில் வாசிக்க சொல்லும்போது மகிழ்ச்சி ஏற்படுகிறது.

'மழை பெய்யும் போது நிலத்தில் இருந்து புல் முளைக்கிறது அதுபோலதான் கவிஞர்கள்' கவிதையை எழுதி கொண்டே இருந்தால்தான் கவிஞர்களாக முடியும்.

கவிஞர்கள் என்பவர்கள் சாதாரணமாக உயர்ந்தவர்கள் அல்ல தனக்கு சிறிதளவு நேரம் கிடைத்தாலும் அதை கவிதைக்காக ஒதுக்குபவர்.

உலகத்தில் நடக்கும் நல்லது கெட்டதை கவிதையாக வடிக்க கவிஞர்களால் மட்டுமே முடியும்.

ரா. பிரீத்திகா

கற்பனை காதலன்

எனக்கு எதுவும்

தெரியாது என சொல்லிய நான்,

உனக்கு தெரிந்ததை உருவாக்கு என உள்ளம்

தூண்டியது, நான் சொல்வதை எழுதிபார்

என கற்பனை, சொன்னது, அதையே

சிந்தித்த உள்ளம் கவியாக மாறியது,

அந்த கவிதையே எனக்கு கவிஞன்

பட்டத்தை சூட்டி கற்பனை

காதலனாக மாற்றியது!

நாமக்கல் செந்தில்

கவிதையின் கடலிலே கட்டுமரமாய் நான்

என் உலகம் வித்தியாசமானது.

நீலம் பச்சை என்று நிறங்கள் தெரியாது!

இருந்தும் இல்லாத ஒரு வெறுமையை சொல்லும்.

எழுத்துக்கள் புது ராகம் பாடும்!

புதர் இன்றி புதிராடும்!

காதல் இருக்கும் காதலிக்க உயர்தினை ஏதும்
இருக்காது!

மனிதம் பேசும் மனிதர்கள் பேசமாட்டார்கள்!

புலமைகள் சில நேரம் புரட்சியாக மாறும்!

மௌனங்கள் அதிகம் பேச! எழுத்துக்கள் அதை
சிற்பம் ஆக்கும்!

புத்தகங்கள் புதையலாய் புகுத்த பட்டிருக்கும்

இது என் உலகம்!

அற்ப மானிடர்களுக்கு உள்ளே வர அனுமதி
இல்லை!

ஏன் என்றால் நானும் அங்கே அவ்வப்போது தான்
சென்று வருகிறேன்!

காகித உலகம் அல்ல இது என் கவிதை உலகம்!

சா. யாழினி

கவிஞனே! கவிஞனே!

ஞாலம்　கற்றுத்தரும் ஞானப்பாடங்கள்!

கவிஞனின் பேனாக்களுக்கு மையூற்று ஆனதே!
சிந்தையில் உதித்த

சிந்தனைகள் கவிதையாயின!

எத்தனை பெரிய விடயங்களை எல்லாம்!

எத்தனை சிறிய விடயங்களை

எவ்வளவு பெரியமலையாக்கி காட்டினான் உலகினிலே!

உனக்கு மட்டுமே தெரிந்த வித்தை!

உனக்கு மட்டுமே புரிந்த உலகு!

எங்களுக்கு காட்டுகிறீர்! மலையென வியப்பார் ஏராளம்
ஏராளம்!

மடுமென நினைப்பார் தாராளம் தாராளம்! கத்தி தீட்டிய
காலத்தில் கிடைக்காத அளப்பரிய மாற்றங்கள்!

பேனா முனைகளின் கூர்கள் சீர்த்தூக்கி சிந்தை
செயவைத்தது!

அழகியலை உவமை படைத்த கம்பர்!

வாழ்வியலை படம் பிடித்த வள்ளுவன்!

விடுதலையை விதைத்த மீசைப் பாரதி! பகுத்தறிவை
பறைசாற்றி புதுவை தாசன்! வாழும் கலைகளில்

இடம்பிடித்தது பேனா! பேனாவைப் பிடித்த கரங்களை வாழ்த்துகிறது!

தலைமுறைகள்!. தலைமுறைகளாக!

மோ. கோமளா நேதாஜி

கண்ணிழந்த காலம்

முத்துக்குமாரின் போதையினை மறந்த

கண்ணிழந்த காலம்

செவியிழந்த நேரம்!

சுற்று வட்டாரத்தில் தந்த பட்டங்கள் எல்லாம்

பிடிமானம் இன்றி காற்றினில் உலாவிட!

ஆனந்த யாழும் மீட்கப்பட்டது நின் குவித்துச் சென்ற
கானங்களால்!

அள்ளிக் கொடுத்த மேகமும்

கொட்டித் தீர்த்த மழையும் துவண்டு போக!

நினைத்து நினைத்துப் பார்க்கும் மனதினை

நினைக்க மறுக்கும் இதயமாய் வேறுபட்டு!

தொலைந்துப் போன எழுத்துக்கள் எல்லாம் மௌனமாய்
எங்கும் இசைத்திட

விடியும் சூரியனாய் ஒலித்திட!

வாழ்வுதனில் அந்தம் பெற்றாலும்,

நின் தன் கும்மி வைத்த எழுத்துகளின் அச்சு என்றும்
மறைவதில்லை!

கவியின் காதலி (ப. ஹரிணி)

பாரதியார்

யாமறிந்த மொழிகளிலே தமிழ் மொழி போல்
இனிதாவதெங்கும் காணோம்.

தேமதுரத் தமிழோசை திக்கெல்லாம் பரவுதல் வகை
செய்திடல் வேண்டும்.

வாயுள்ள மனிதரெல்லாம் பாட வேண்டும்.

காதுள்ள மனிதரெல்லாம் கேட்க வேண்டும்.

கருத்துள்ள மனிதரெல்லாம் சிந்திக்க
வேண்டுமென்றாரே.

எட்டயபுரத்தில் அவதரித்த எழுச்சிமிகு கவிஞரே.

வயிற்றைப் பட்டினி போட்டு சிந்தைக்கு
விருந்தளித்தாரே.

வாழும் காலம் வறுமையிலேயே வாழ்ந்தாரே.

அவர் மறைந்த பின்னரே தேசீயக்கவியாக அங்கீகாரம்
செய்யப்பட்டாரே.

மாதராய்ப் பிறந்திட மாதவம் செய்திடல் வேண்டுமென
பாடினராரே.

சுப்பையா எனும் இயற்பெயரில் தோன்றிய சுகுமாரரே!

A. Susila mary

கவிஞர்கள்

கற்பனையை எழுது கோலாக்கி அளித்து

சொல்லை வில்லாக்கும் சொற்களஞ்சியம்

எதுகையால் செய்யுளில் ஏற்றம்கண்டு

வறுமையின் வழித்தடத்தில் வாசம் செய்யும் வாடா
பொற்களஞ்சியம்

இயல்பாக

இறுமாப்புஅற்று

இயைபால்

இறுதியை இன்பமாக்கும் இசை களஞ்சியம்.

இயற்கையை ஏணியாக்கி ஏறி

இயற் கையை வரிவடிவமாக்கும்

இயற்களஞ்சியம்

பொருள்பொதித்து

பொருளில் பொதிந்து

பொக்கிஷமான பொற்களஞ்சியம்.

மொழியை முனைப்பாக்கி

முத்தாய்ப்பாக்கும்

முழுமையான

தகவல் களஞ்சியம்.

கவிதையை காசாக்காமல்

கவி விதைத்து

பலன்கண்ட நெற்களஞ்சியம்.

R. Vijayasree

மகாகவி பாரதியார்

முண்டாசு கவிஞனே!

முறுக்கு மீசைக்காரனே!

முத்தமிழின் வித்தகனே!

மூச்சுத்தமிழின் நாயகனே!

தமிழையே தாய்ப்பாலாய் உண்டவனே! தமிழால் பல பாக்களை வடித்த பாவலனே! தொலைநோக்கு சிந்தனையில் சிறந்தவனே!

நூறாண்டினைக் கடந்தும் தமிழர்களின் நெஞ்சில் தொலையாமல்

நின்றவனே! அடிமை விளங்கொடிய அயராது உழைத்தவனே! அருமைத் தமிழ் மீது அதீத பற்றுக் கொண்டவனே!

ஆதிக்க வர்க்கத்தினை வீழ்த்திட வீறுகொண்டு எழுந்தவனே!

விடுதலை வேட்கையை விதைத்திட வித்தாய் அமைந்தவனே!

பெண்களின் விடுதலைக்கு குரல் கொடுத்த முதலானவனே!

ஆணிற்கு பெண் சமம் என்று அன்றே கவி பல வடித்தவனே!

அவலநிலைகளைக் கண்டு கண்துஞ்சாது துடித்தவனே!

அறிவாயுதத்தால் சுதந்திரத்தை அடைந்திட
முனைந்தவனே!

அடிமைப்பட்டு கிடப்பதை உணர்த்திட!

வீதி,வீதியாக விளக்கொளியில்

பாடலாய் படித்தவனே!

ஆங்கிலேய அரசினையே அலற விட்டவனே!
அகிம்சை வழியில்

சுதந்திரத்தைப் பெற அடித்தளம் அமைத்தவனே!
படிக்காத பாமரநெஞ்சங்களில் தமிழ் பாக்களை
கொண்டு சேர்த்தவனே! பெண்ணடிமை, தீண்டாமை,
வரதட்சனைக் கொடுமை!

உடன்கட்டை ஏறுதலுக்கு எதிர்த்து குரல் கொடுத்த
எட்டையபுரத்து கவிஞனே!

பாடல் வரிகளின் மூலம் தமிழ் பண்பாட்டை சிறை
மீட்டவனே!

பகுத்தறிவு சிந்தனையை பாரெங்கும் பற்ற
வைத்தவனே!

அச்சமில்லை,அச்சம்

இல்லை உச்சி மீது வானிடிந்து வீழும் போதும் என்று
உரக்கச் சொன்னவனே!

உரிமையை மீட்க உயிரையே துச்சமென கருதியவனே!
கருத்துக்களால், படைப்புகளால் பலரையும் கவர்ந்திட்ட
பண்பாளனே!

அன்னைத் தமிழுக்கு நிகர் எதுவும் இல்லை என்று
அடிமைப்பட்டு கிடந்தபோதே அச்சமின்றி
முழங்கியவனே! அன்னைத்தமிழை

ஆலாபனையால் போற்றியவனே!

தமிழுக்கு தகும் உயர்வளித்த உன்னதனே!
தாய்நாட்டையும், தாய்மொழியையும் இரு கண்களாய்
கருதியவனே! எட்டையபுரத்து நாயகனே!
ஏழுசுரங்களிலும்

பாடல்களை புனைந்திட்ட பெரும் புலவனே! தமிழை
செழிக்க வைக்கவே பிறப்பெடுத்தாய்! தமிழர்

நெஞ்சங்களில் எல்லாம் நீக்கமற இடம் பிடித்தாய்!
சமுதாய மூடச் சடங்குகளை அறிவுச்சுடரால் எரித்தாய்!
இடர்களை களைய இன்பமுடன் முயன்றாய்!

காலத்தைக் கடந்தும்

எங்கள் நெஞ்சில் காவியமாய் நின்றாய்! ஆயிரம்
ஆண்டுகளை கடந்தும் நீங்கா புகழோடு என்றும்

நிலைத்திருப்பாய்! பூமி உள்ளவரை பூக்களின் வாசம்
வீசும்!

எத்தனை யுகங்கள் கடந்தாலும்,உனது பாகங்களின்
நேசம் செந்தமிழைப்பற்றி

தானே பேசும்!

இளம் எழுத்தாளர்

சா. விஜய்குமார்

மகாகவி பாரதியார்

காலத்தாலழியா கவி படைத்து

கவியுலகில் சிறகடித்த

மகாகவி நாயகனே!

உன் கனவுகளோ மெய்யாகிடும்

உன்னத காலம் இதுவோ!

வசனக் கவிதையினிலே

வையகம் உன்னுள்ளங்கையினிலே!

விடுதலையில்லா வேளையிலும் தேசத்தை

வல்லரசாக பரிணமிக்க கனவு கொண்டவரே!

உமது கனவுகள் யாவும் மெய்கொள்கிறதே!

கவிஞனாக நீ படைத்த அற்புதங்கள்

கட்டுக்கடங்கா தூரம் சென்ற ரகசியமோ!

உம் கவியின் வெற்றி! கவிமணியே!

இன்றளவு மாதர் யாவரும் கல்வியறிவுடையவரே

துணிச்சல் நிறைந்த வேலுநாச்சியாரே!

சாதி,மதமில்லா சமத்துவமிக்க மானிடர்களும்
இம்மண்ணிலே..!

சிறகசைக்கின்ற சுதந்திர அழகினிலே!

நின் கவிக்கரு ,மானிடரினுள்ளத்திலே

அம்புபோல் ஊடுருவவில்லை!

ஆணிபோல் அரைந்திருக்கிறது!

S. Vahini

கவிஞன்

மனதில் உள்ளவற்றை

மற்றவர்களிடம்

எண்ணிய எண்ணத்தை

எதிர்த்தவரிடம்

வாழ்வின் வரிகளை

வந்தவரிடம்

மாறாமல் மறக்காமல்

மசையாமல்

வர்ணனைகளை விலைக்கு

வாங்கி

விளைவிக்கின்றவன்

கவிஞர்கள்!

Madhankumar.C

கவிஞர்களின் எழுச்சி

எழுத்துகளை எழுச்சிமையமாக்குங்கள்,

வீழ்ச்சியை விண்ணைப் பிளந்து எடுத்து எறியுங்கள்,

வளர்ச்சியை வரலாறாக மாற்றுங்கள்,

நம்பிக்கை என்ற

ஒன்று இருந்தால்

வானம் உள்ளவரை ஜொலித்துக் கொண்டு இருக்கலாம்

நட்சத்திரமாக.

Gugan. J

பார் போற்றும் பாரதி

எட்டயபுரத்தின் பெருமை என்றாலே நின்.

எழுத்துக்கள் பெற்ற

எட்டாஇயரம்தான்.

எழுதுகோலில் வடித்த சிற்பம்.

ஏட்டில் இன்று உயிர் பெற்ற சிலையாக.

தேசம் எங்கும் உன் கவிகள் வீசும்.

தேன் போல் எங்கள் காதில் பாய்ந்து

தேகம் எங்கும் கூசும்.

ஓடி விளையாடு பாப்பா-என்றே

ஒவ்வொரு குழந்தையிடமும் பேசும்.

புதுமைப்பெண்களின் சாதனைகள் என்றாலும்.

புதுக்கவிதை என்ற எளிய புரிதலும்.

புத்துயிர் பெற்றது உம் கவிகளாலே.

உயிர்வளியிலும் உன் கவிமொழி

உள்ளது வரை உலங்கெங்கும்.

உன் பெருமையின் வழி! -இனி

உன் பாதையில் எங்கள் கவிமொழி

பார் போற்றும் பாரதி.

மு. அல் நஜியா

மாயாவி

கவிஞர்கள்,

மாய எழுத்துகளால்

மயக்கும் மாயாவி.

மனதின் மௌன மொழியை

மணம் வீச எழுதுபவர்கள்

இவர்களுக்கு கண் காண்கின்ற அனைத்தும் காதலும்
காவியமும்.

கோமாளியாய் ஆசிரியராய் நண்பனாய் பல
நேரங்களில் பலவனவாய் அவன் எழுத்துகள்
வாயிலாய் அவன் வாசகனுக்கு!

புவனேஸ்வரி . நா

நா.முத்துக்குமார்

வரிகளில் வாழ்கின்றான்

வார்த்தைகளின் இடர்களில்

எம்மை வீத்தி

வில்லங்க புன்னகையை

வித்தகமாக வீசி

செல்கின்றான்

அவன்

கவியை பாடிட

மனமோ நெருடுமே

கோடி கோடி

உள்ளங்களில் இசையோடு

இனிய பயணம் போகின்றான்

சொல்லும் சொற்களில்

நான் இடருவேன்

அவனை சொல்லும்

கவி பாட

நித்தம் மனம் ஏங்கிடும்

கண் முன் அவனில்லை

காற்றோடு கரைந்தான்

சரிகம்பதநி ராகத்தில்

நெஞ்சோடு கலந்தான்

முத்தும் அவன்

பேர் சொல்லும்

முத்துக்குமரன்

நவீன பேனா முனை

நா.முத்துக்குமார்.

மா.மோகனப்பிரியா

நா.முத்துக்குமார்

பாடலாசிரியராய் பாதம் பதித்து,

வரிகளில் வண்ணம்கொண்டு

காதலுக்கு காவியம் படைத்து, தங்கமீன்கள், சைவம்
என தேசியத்தில் விருது பெற்று, கவிதைகளில்
மனதினைகளவாடி, கட்டுரைகளில் உறவாடி,

எழுத்தாளனாக எழுந்து நிற்கையில் காலன் கைபிடித்து
அழைத்துச் சென்றானே.. செவி வழியிலும், விழி
வழியிலும் உன்னிடம் உரையாடுகிறோம் கவிஞனே.
உன் உயிர் மூச்சின் சுவாசக்காற்று எங்களிடம்
சுவாசித்துக் கொண்டே

தான் இருக்கிறது உன் உடலின்றி எங்களிடம்!

செ.பிரியதர்ஷினி

கவிஞன்

உணர்ச்சியை அனுபவிப்பான் மனிதன், உணர்ச்சிக்கு
உயிர் கொடுப்பவன் கவிஞன்,

சில்லறை நினைவுகளை சிதறவிடுபவன் மனிதன்,

சில்லறை நினைவுகளையும் சிலை

வடிப்பவன் கவிஞன், காமத்தில் காதலை கலப்பவன்
மனிதன்,

காதலில் காமத்தை உணர்பவன்

கவிஞன், வறுமையில் வாழ்வை வெறுப்பவன் மனிதன்,
வறுமையிலும் வாழ்வை ரசிப்பேன் கவிஞன்,

வறண்டு போன எண்ணங்களையும்

வண்ணம் பெற செய்பவன் கவிஞன்,

கற்பனையில் காதல் கொண்டு எழுத்துக்களில் ஏற்படும்
ஏக்கத்தை

வார்த்தைகளில் வளர்த்தெடுத்த வழிகளில் வழித்தடம்
தேடுபவன்

கவிஞன், நித்தமும் நினைவுகளை சுமந்து ஏதேனும்

தேடலில் தொலைந்து தொலைந்ததையே தேடியும்

நானும் தன் எண்ணங்களை எழுதுகோலால்
வண்ணமிட்டு

கவிதைகளால் பறக்க செய்பவன்

கவிஞன்

அம்பிகா தினேஸ்

கண்ணதாசன் தமிழ்

சிறுகூடற்பட்டியிலே பிறந்து

சிறிய எழுத்துகளால் பெருங்காப்பியம் படைத்து

புகழ்பெற்ற

கவியரசரே!

முத்துக்குள் சிப்பியாகிய

நல்முத்தே முத்தையா

உமது பாடல் யாவும்

தமிழ் மொழியின் சொத்தாமே

எட்டாம் வகுப்பு வரை படித்து

எல்லையயற்ற கருத்துகளை

யாவரும் எட்டிடாத

உயரத்தில் வைத்தவரே.

எழுத்து வரியால் அமைந்த கருத்து வரிகளை

தமிழகத்தில் முத்தமிழாய் மகுடம்

சூட்டி மகிழ்ந்திட்ட

கவியரசே!

சமூக வாழ்வியல் காவியத்தை திரைஉலகில்
பிரதிபலிக்க செய்தவரே..

ஆறுதலற்று அலையும்

உள்ளங்களுக்கும்

தை பிறந்தால் வழி பிறக்கும்

என்று ஆறுதல் மொழி சொன்ன

மொழியாளரே..

புதிதாய் பூமி கண்டு அழுகும்

குழந்தைகளுக்கும்

உள்ளது பூமியில் உண்மை என்று

உரம் சொல்லி நின்றவரே..

வாழ்வின் நிலையாமையயாலும்

மனைவி மகன் என்ற

உறவின் உன்னதத்தை

புண்ணியமாக்கியவரே..

குழந்தைக் கவிஞர்

எத்தனையோ கவிஞர்

தாமே எழுதிய குழந்தை வசனத்தால்

தேசிய விருது பெற்றவரே

வணங்காமுடியாய்

அர்த்தமுள்ள இந்துமதமாய்

ஏசுகாவியமாய்

என இந்த மூன்று

முடிச்சுகளுக்குள்

துணியின் முக்காலத்தில் வாழும் முடிவில்லா கவிஞரே!

மா. அழகுவேல்

கவிதையின் சிகரம்

கவிதை என்பது போர்முனை கவிதை என்பது
அதிகாரம் இதை புரிந்து அடைந்து அரியாசனத்தில்
அமர்ந்த என் காலத்தின் பெருங்கவி வைரமுத்து!

புகழின் பின்னால் நீ போனால் அது பொய்மான் உன்
பின்னால் புகழ் வந்தால் அது நிஜமான் அப்போதுதான்
நீ அதற்கு எஜமான்!

வைரமுத்து!

நா. மாதவன்

பாரதியார்

பழம்பெரும் புழுதியிலே புதுமை விதைத்தவனே!

புத்துயிர் கொடுத்து புதுக்கவிதை படைத்தவனே!

எட்டும் அறிவினில் பேதமை உடைத்த எட்டயபுரத்து
கவிஞனே!

காதல் மொழி கற்றுத்தந்த காவியத் தலைவனே!

தேடல் மொழிகளாய் செந்தமிழ் கொடுத்து வீணை
செய்தவனே!

ஆனந்த சுதந்திரம் பாடி அன்பை விதைத்தவனே!

கடிதங்களுக்கு மத்தியிலும் காற்றின் மொழியில் கவிதை
கொடுத்தவனே!

நின் பாதம் பணிகிறேன்

மீண்டும் வாய்ப்பு இருந்தால் பிறந்து வா என்
தலைவா!

V.Mathan Mithra

கவிஞர் வாணிதாசன்!

தமிழ்நாட்டின் தாகூர்!

புதுவையில் பிறந்த புதுமைக் கவிஞர்!

பாவேந்தரின் பரம்பரை கவிஞர் தமிழுக்காகவே
வாழ்ந்த மிகச்சிறந்த மனிதர்!

பாட்டரங்க

பாடல்களை எழுதினார்! தமிழக அரசின் விருது
பெற்றார்!

அகரமுதலியை எழுதினார்! நம் தமிழ் மொழியை
பிரெஞ்சு நாட்டிலும் பரப்பினார்!

பிரெஞ்சு அரசின் செவாலியே விருது பெற்றார்!

பல மொழியில் புலமை பெற்றவர் தமிழ் மொழியை
எங்கும் காத்தவர்!

விருத்தப்பாவிற்கு இலக்கணம் இயற்றியவர்

இலக்கிய நயம் உள்ள பல நூல்களை எழுதியவர்!

பாவலர் மன்னன்! நம்தமிழ்நாட்டின் வேர்ட்ஸ்வொர்த்!
அவரே கவிஞரேறு வாணிதாசன்!

செ.கமலேஷ்

கவிஞர் கண்ணதாசன்!

சிறுகூடல் பட்டியில் பிறந்தவர் உலகமெல்லாம் புகழ்
பெற்றவர்!

காவியத்தாயின் இளைய மகன் காதல் பெண்களின்
பெருந்தலைவன்!

கல்லெல்லாம் மாணிக்க கல்லாகுமா என்று கேட்டவர்!
சுவையெல்லாம் இதழ் சிந்தும் சுவையாகுமா? என்று
ரசித்து எழுதியவர்!

பாரதியை மானசீக குருவாக ஏற்றவர்! வணங்காமுடி
என்ற பெயர் பெற்றவர்!

அரசவைக் கவிஞராக இருந்தவர் என்றும் பாடலால்
தனி இடத்தைப் பெற்றவர்!

கடலின் நடுவே பயணம் செய்தால் குடிநீர் தருபவர்
யாரோ என்று மீனவர்களின் வாழ்வியலை எழுதியவர்!

எந்த ஊரில் எந்த நாட்டில் காண்போம் என்று
மாணவர்களின் மன நிலையை பாடலாக தந்தவர்!

பூவாகி காயாகி கனிந்த மரம் ஒன்று என்றுஅம்மா
பாடலை தந்தவர்!

அண்ணன் தங்கை பாசத்தை உருகி உருகி எழுதியவர்!

நான் பேச நினைப்பதெல்லாம் நீ பேச வேண்டும்
என்று கணவன் மனைவியின் வாழ்க்கை முறையை
சொல்லித் தந்தவர்!

மனதில் நீங்கா ஆயிரக்கணக்கான பாடலை
இயற்றியவர்!

இரவின் மடியில் கண்ணதாசனின் பாடல்கள் செவியில்
இன்றும் பட்டி தொட்டி எல்லாம் கேட்க செய்தவர்!

இதழ்கள், கடிதம், முல்லை, திருமகள்ளென பல
இதழ்களை வெளியிட்டவர்!

அர்த்தமுள்ள இந்து மதத்தை தந்தவர்!

இயேசு காவியம் படைத்தவர்!

கமகம பிரியன், கிண்டல்காரன் என்ற புனைப்
பெயரைப் பெற்றவர் அவரே இன்றும் நம் மனதில்
வாழும் கவிஞர் முத்தையா என்னும் கவிஞர்!
கண்ணதாசன்!

செ.ரத்னாசெந்தில்குமார்

கவிஞர் சுரதா

திருவாரூர் மாவட்டத்தில் பிறந்த கவிஞர் திலகம்!

மரபுக் கவிதைகளை எழுதுபவர்! செய்யுள் மரபு

மாறாமல் எழுதும் ஆற்றல் பெற்றவர்!

அழகான உவமைகளை தருபவர்! உவமைக் கவிஞர்
எனப் பெயர் பெற்றவர்!

உவமைக்கவஞர் சுரதா! தன்மான கவிஞர் சுரதா!

பாரதிதாசனின் தலைமகன்! சுப்புரத்தினதாசன்!

பாவேந்தரின் பாடல் வெளியீட்டிற்கு துணை நின்றவர்!

சொல்லடா எனும் தலைப்பில் கவிதை எழுதியவர்!

அமுதும் தேனும் எதற்கு நீ அருகினில் இருக்கையிலே
எனக்கு என்று பாடியவர்!

மனிதனின் வாழ்க்கையை ஆடி அடங்கும்
வாழ்க்கையடா! ஆறடி நிலமே சொந்தமடா!
என்றபாடலை இயற்றியவர்!

வினோத கவியரங்குகளை நடத்துபவர்! தலைமை
பாவலர் என்ற பெயர் பெற்றவர்!

பழந்தமிழ் கற்றல் இன்பம்! பல நாடு சுற்றல் இன்பம்!
என்றவர்!

காவியம் வார இதழை நடத்தியவர்! தேன்மழை நூலை
தேனாக இயற்றியவர்!

கலைமாமணி விருது பெற்றவர்! காலம் கடந்தும் நம்
மனதில் நிற்பவர்!

சிரிப்பின் நிழலையும்! எச்சில் இரவையும்! நூலாக
தந்தவர்!பட்டத்தரசி நூலை எழுதி நம்மைபல முறை
படிக்க வைத்தவர்!

கலைமாமணி விருது பெற்றவர் காலம் கடந்தும் நம்
மனதில் நீங்கா இடம் பிடித்தவர் நம் மனம் கவர்ந்த
சுரதா என்ற உவமைக் கவிஞர்!

                                               செ. திவ்யஸ்ரீ

நீயே கவிஞன்!

தமிழ்மொழி எனும் பளிங்கினை.

சிந்தனை எனும் சிற்றுளிகொண்டு.

கற்பனை துணையுடன் உருகொடுத்து.

சமுதாய நோக்குடனே என்றும் நீ.

கவிதைகள் பலபல வடிவமைக்கும்.

கவி சிற்பியும் நீயே

கவி சிலையும் நீயே!

சீரான எண்ணமுடன் சீர்மாறாமல்.

சீர்கெட்ட சமுகமும் திருந்திடவே.

சீரான பாதையில் சென்றிடவே.

சிதைந்திட்ட நெஞ்சங்கள் சீர்பெற.

சிந்தையின் துளிகளால் வடித்திடும்.

கவி சிற்பியும் நீயே

கவி சிலையும் நீயே!

இரா சதீஷ் குமார்

பாரதிரும் பாரதி

நாடி துடிக்க,

நன்மை படைக்க,

தமிழோடு வெடித்த,

பாரதிரும் பாரதியே,

பாரினிலே போர்க்கதிரே!

வார்த்தைகளின் வாட்டமதில்

வாழ்ந்து தினம் ஆண்டவனே!

ஆழ்ந்த தமிழ்க் கோட்டையினில் சூழ்ந்த புகழ்
கேட்டவனே!

நாட்டு நலம் கேட்டு தினம்

பாட்டு பல வார்ப்பவனே!

பல வீட்டு மகள் வாழ்க்கையினில்

ஒளி கூட்ட தினம் வாழ்ந்தவனே!

நீ வாழ்ந்த ஆண்டு 38 அல்ல

நீ வாழப்போகும் ஆண்டு அது பல நூற்றாண்டு!

ம.இலக்கியவாணன்

78

கவிஞர் கண்ணதாசன்

சிவகங்கை சீமையின் சிறுகூடல்பட்டி தமிழன்னை
வீரலெட்சுமி பெற்றெடுத்த வீரசிங்கமே!

எங்கள் தாய் திருநாட்டின் சாந்தப்ப சொத்தே.

பாரதமாதா பெற்றெடுத்த பாரததாயின் பொக்கிஷமே.

அஞ்சா வீரம் , நிமிர்ந்த நன்னடை,நேர்கொண்ட
பார்வை பெற்ற அறிவுசுடரே!

மூன்று சகோதரர்களை பெற்ற முப்பாலே!!

ஆறு சகோதரிகளை பெற்ற அணையாவிளக்கே!

பதினாறு செல்வங்கள் பெற்ற எங்கள் பரமபிதாவே!

பாட்டில் மக்கள் பசியை போக்கிய மன்னவரே!

தமிழக திரைத்துறையில் தனித்துவமிக்கவரே!

திராவிடத்தின் திருமகனே!

தேசத்தையும், திரையுலகத்தையும் இருகண்களாய்
காத்திட்டவரே!

உலக மக்கள் மனதில் வலிமை பெற்றவரே.

நேர்மை, பக்தி, தைரியம் நற்குணங்கள் கொண்டவரே.

இல்லாதவரை நேசிக்கும் ஈகை குணம் கொண்டவரே!

உலகம் போற்றும் உத்தமரே! உங்கள் புகழ் ஓங்குக!

உன்னை வணங்கி விடைபெறுகிறேன் எங்கள்
குலதெய்வமே

உ பெருமாள்

பட்டதாரி ஆசிரியர்

அரசு மேல்நிலைப்பள்ளி தண்டலைப்புத்தூர் முசிறி வட்டம் திருச்சி மாவட்டம்

கவிஞர் வாலி

காவேரி தாயவளின்

அலை இதழ்கள்

வருடி முத்தமிடும்

புண்ணிய பூமியாம் திருவரங்கத்தில் வரமாய்

வந்து உதித்த

தென்கோடி சூரியனே!

சீனிவாசரின் அன்பு முத்தங்களை பெற்றவரே!
பொன்னம்மாள் அம்மையாரின் அருந் தவபுதல்வனே!

பாலாவின் பாசபிணைப்பே!

கண் கண்ட கருணை கடவுளே!

மும்மூர்த்திகளின் முதல் கடவுளே!

புண்ணிய பூமியில்

தோன்றிய புனிதரே!

பண்பின் இலக்கணமே!

பணிவின் திருஉருவமே!

ஏழையின் பசிபோக்கி மக்களுக்கு சேவை செய்த
தியாகசுடரே!

அன்பால் அரவணைத்து   கருணை மழை
பொழியும் கடவுளே!

திரையுலக சிற்பியே!

இருளில் தத்தளித்த

இளைய தலைமுறையை உன் பாடல் வரிகளால்

வீறுநடை போட வைத்த

எழுச்சியின் சிகரமே!

இன்று

அண்டத்தை கண்ணீர்க்கடலில்

தத்தளிக்க விட்டு

எங்கு சென்றீர் அய்யா!

உமது ஆன்மாவை,

எங்கள் உயிரைக் கொடுத்தேனும்

உம்மை உயிர்ப்பித்திட..

தரணி உள்ளவரை .. உன் பாடல் வரிகளின்றி

கோடி இதயங்கள் வலியால்

துடிக்குமென்று அறியாமல்

எங்கு போனீர் அய்யா!

கடல் அன்னை

மடிதனில் இளைப்பாறும் இமயமே! அழுகிறோம்!
அலைகிறோம்!

இமைகளின் ஈரம்

காயும் வரை

சு சதீஸ்குமார்
பன்னிரண்டாம் வகுப்பு

அரசு மேல்நிலைப்பள்ளி தண்டலைப்புத்தூர் முசிறி வட்டம்
திருச்சி மாவட்டம்

என்னுள் பாரதி

பூணூலை தூக்கி எறிந்து

புத்தகம் தான் உலகம் என்று உணர வைத்தாயோ
என்னவோ,

உன் மேல் கொண்ட பாசத்தால்

என் தாய் மீதுள்ள நேசத்தை மறந்ததை

மறந்துவிட்டேன்,

கண்டதும் காதல் தான்,

ஆம் உன் பேரோ,

உன் அந்த முறுக்கு மீசையோ ,

தலைமேல் உள்ள முண்டாசோ,

இல்லை அந்த வெள்ளை கருப்பு நிற உடையோ!

எதனை கண்டாலும் தோன்றும் உன் நினைவால்

காதல் கொண்டேன் உன்மேல் நானும்!

நேற்றின் பொழுதில் தோன்றிய கனாவில்

நானும் ஓர் பாரதி ஆகினேன்.

ரஞ்சித்ராஜ் ஜெயசேகர்

வைகை நதியின் வைகறை நாயகனே

வைகை நதியின் வைகறை நாயகனே!

ஆதவன் ஒளிக்கும் தங்க புதல்வனே!

கார்மேக நிறத்தின் கர்வம் கொண்டவனே!

வானின் நீலத்தில் வையகத்தையும் எழுதுபவனே!

தேன் விளையும் தேனீயின் மைந்தனே!

வயல்வெளியும் கவியாகும் நீ வடுகபட்டி வந்தால்!

அரச மரத்தடியில் நீ எழுதினால்!

அகிலமும் பூ மாரி பொழியும்!

காதலனும் கவிஞனே காதலியின் முன்!

அழகான கவிதைகளை அடுக்கடுக்காய் வடித்து!

ஆழம் அறிய எளிய நடையில்!

இயல்பான கருத்துக்களை இலக்கியத்தில் உரைத்தவரே!

மூங்கில் காடுகளும் கவி பேசும்!

மாலை வானமும் தமிழ் பாடும்!

அந்தி வானம் காதல் கேட்கும்!

இயற்கையும் தூதா உன் கவிதைக்கு!

கள்ளிக்காடும் பேசும் கற்றாழையும் பூமணக்கும்!

கருவாச்சி அன்னையை தரணியில் போற்றியவரே!

வானமும் தொட்டு !

விடும் தூரம் தான்!

சிற்பமாய் செதுக்குகிறாள் தமிழன்னை உன்னையே!

பொன் மாலைப் பொழுதில் தொடங்கிய!

கவிதையின் கலைமாமணியே ஆறுபடையின் தேசிய
விருதாளனே!

பாரத அன்னையின் பத்ம பூசனே!

தமிழன்னை புகழ்பாடும் பொன்மணி வைரமுத்துவே!

ஈ.தவணிதன்,
பல்லடம்.

திருப்பூர் மாவட்டம்

87

கவிஞன்

தொட்டு ரசித்த தமிழை தினமும் அள்ளிப் பருகும்
அற்புதப் படைப்பு கவிஞன்,

கவிஞன் என்பவன் கவி படைப்பது மட்டுமல்ல

கவி பாத்திரமாய் மாறி

கவி விதையாய் முளைத்து

கவி உயிராய் உருவெடுத்து

கவி தீர்வாய் விளங்குபவன்,

வாழ்க்கையை புரிந்து கொண்டு வார்த்தைகளால்
அலங்கரிப்பவன் கவிஞன்,

காதல் மகிழ்ச்சி வெற்றி வாழ்த்துக்கள் அன்பு தோல்வி
வலிகள் ஏமாற்றம் அவமானம்

அனைத்தையும் அற்புத உணர்வுகளோடு எழுத்தில்
தருபவன் கவிஞன்,

சில மனிதர்களின் வார்த்தைகளால் உடைந்து போன
மனதிற்கு மருந்தாக இருப்பவன் கவிஞன்,

ஒவ்வொரு கவிஞனின் மனமோ

இளமையும் இளவேனிலும் என்றும் பூத்துக்குலுங்கும்
ஒர் அழகிய மலர்தோட்டம்!

Idhayavasagan

படைப்பவர்கள்

ஆம் இவர்களும் படைப்பவர்கள்.

சிந்திக்கிடக்கும் சங்குகள் சேர்த்து சாதனை புரியும்
சாமானியர்கள்.

உள்ளொன்று வைத்து புறமொன்று பேசும் அரை
ஊமைகள் அல்லர்.

அகரத்தால் அக்கினி உமிழும் அதிசயங்கள் இவர்கள்.

உள்ளதை உள்ளபடியும்

இல்லாததை மிதமிஞ்சியும்

ஆர்ப்பரிப்புடன் அவையில் விதைக்கும் ஆர்வலர்கள்
இவர்கள்.

காலைக்கதிரவன் கதவு திறப்பதும்

மாலைப்பொழுது ஏங்கி நிற்பதும்

மழையும் தென்றலும் மண்ணும் கூட மனம் திறந்து
பேசுவது இவர்களோடு மட்டும் தான்.

சிகரம் தொடும் சிந்தனை வளமோடும்

சீறிப் பாயும் சீற்றங்களோடும் செந்தமிழ் அன்னையின்
சிகரம் தொடவே சிதறிக் கிடக்கும் சில்லறைகள்
இவர்கள்.

பேனா முனை கவிதைக்கு கண்ணதாசன்

சி.கிருஷாலினி

கவிஞன்

இவனின் எழுத்துக்களுக்கு எல்லையில்லை!

வரிகளுக்கு வரைமுறையில்லை!

கற்பனைகளுக்கு எட்டாத கடவுளையும் கண்முன்
நிறுத்தும் கைதேர்ந்தவன்!

ஆசைகளை அலைகள் போல் நொடிபொழுதும்
மாற்றிக் கொண்டிருப்பவன்!

சுதந்திர பறவையை போல் சிறகடித்து கொண்டிருக்கும்
சிற்பியிவன்!

சுட்டெரிக்கும் சூரியனிலும் குளிர்காயும் அவன் வரிகள்!

சில நிமிடங்கள் தனிமையில் பேசுவான்,

சில நிமிடங்கள் தனியே பேசுவான்!

எல்லா காதலும் கவிஞனை உருவாக்குவதில்லை!

ஆனால்

எல்லா கவிஞனும் காதலை உருவாக்கி
கொண்டிருக்கிறான்!

தேடல் மணி

பேனா மை

கருமைக்கு பெருமை சேர்த்தது என் பேனா மை தான்!

வாய்மைக்கு துணை நின்றதும் என் பேனா மை தான்!

ஏழ்மைக்கு ஏற்றம் கண்ட ஏணியாய் கிடைத்ததும்
பேணாமை தான்!

கண்மை இட்ட கன்னியின் காதலை பேசியதும் பேனா
மை தான்!

பெண்மைக்கு உரிமை வாங்கித் தந்ததும் பேனா மை
தான்!

செழுமைக்கு சிறப்பு சேர்த்ததும் என் பேனா மை
தான்!

தீமைகள் ஒழித்து நன்மைகள் வளர்த்ததும் பேனா மை
தான்!

உண்மையை உலகிற்கு உரக்கச் சொன்னதும் பேனா
மை தான்!

தீண்டாமை ஒழித்து ஆணாதிக்கத்தை அழிக்கசெய்ததும்
பேனா மை தான்!

புதுமை கொண்ட வரிகளால் புரட்சி செய்தது பேனா
மை தான்!

சமுதாயத்திற்கு எதிராக எத்தனை மை வந்தாலும்
அதனை ஒழிக்க போராடும் என் பேனா மையே

என் மூச்சுக் காற்றின் முதன்மை!

இரா. மகாகிருஷ்ணன்
மயிலாடுதுறை

பாரதி

முறுக்கு மீசை கொண்ட முண்டாசு கவிஞரே

உன் கவிதையில் மூழ்கினேன் முத்துக்களைத்
தேடினேன்

நான் எடுத்தது கவி என்னும் முத்து அது பாரதி
எழுதிய பெரும் சொத்து

பாரதி நீ வறுமையை மறைக்க எழுதிய கவிகள் காலம்
கடந்தது அது காவியம் படைத்தது

பெண் அடிமைக்கு நீ எழுதிய கவிகளில் வைத்த
புள்ளி பெரும்புள்ளி அது பெண் அடிமைக்கு வைத்த
முற்றுப்புள்ளி!

சாதியை ஒழிக்க நீ படைத்த கவி என்றும் சரித்திரம்
படைத்திருக்கிறது

காலங்கள் போனாலும் பாரதி படைத்த கவி போகாது.

மு. தவசிமுத்து

படி பயணத்தில் இவனை

(நா.முத்துக்குமார்)

நயமிக்க வார்த்தைகள் அதிகமில்லை

அணிசேர்ந்த இலக்கணமும் அதிகம் இல்லை ஆனால்

ஆங்காங்கே நகைச்சுவை மிளிரும்

அனுபவத்தின் சாயல் ஒளிரும்

இவனை படித்த கணம் முதலே

உன் இதயத்தில் பலத்த

கனம் ஒன்று கூடும்!

எதார்த்தமான எழுத்துக்கள்

ஏராளம் ஏக்கங்களை

எளிதில் விதைத்து செல்லும்!

பித்தனை போல் தெரிவான்

படித்தால் சித்தன்

இவனென உணர்வாய்

படி பயணத்தில் இவனை!

கவிஞர் கோகுல் காளியப்பன்

பேனா முனை

இரைச்சல்கள் நிறம்பிய இசையில், இன்னிசையே
இரசிப்பது போல!

இல்லரம் நடத்த இனியவள் நீயடி!

இன்னிசை மாளிகையில் மெழுகில் ஒர் கட்டிடம்!

வலிகள் இல்லா வாழ்க்கையில் வசனங்கள் நிறம்பிய
வழித்தடம்!போடவா!இன்பமாய் வாழ !

எழுதிய கடிதங்கள் உயிர் பெறவில்லை

கடிகாரமும் நகர்கிறது காரணம்?

புரிதல் இல்லா வாழ்க்கையில்?

என் உணர்வுகளை நீ புரிந்தால்!

என் வரிகளும் உணர்வு பெறும்

என் வரிகளுக்கு உயிர் கொடுக் வருவாய்யா
பெண்ணே?

என் பேனா முனையின் அழு குரல் என் தேவதைக்கு!

D. Baby salini

குழந்தைக் கவிஞர் அழ. வள்ளியப்பா

புதுகையில் உதித்த பாவரசன்

அழ. வள்ளியப்பா!

பூந்தளிர்ச் சிறார்களுக்குத் தந்தார் தீந்தமிழ்ப்பா!

பள்ளிக்குச் செல்லும் போதே பண்ணிசைத்தார்!

பள்ளியிறுதி வகுப்பு மட்டுமே படித்திருந்தார்!

பட்டங்களோ இலக்கியப் படைப்பில் பெற்றார்!

பாசத்தில் தமிழகத்தின் நேரு மாமாவானார்!

பாக்களின் வாயிலாகப் பண்புகள் வளர்த்தார்!

பிஞ்சு மனங்களிலதனைப் பதிய வைத்தார்!

வளரிளம் பிள்ளைகளுக்குப் பாடல்கள் பாடினார்!

வாழ்நாளை மழலைகளுக்காகத் தத்தம் செய்தார்!

ஓசைமிகு நயமானச் சொற்களைப் படைத்தார்!

ஓயாது குழந்தைகளுக்காகப் பணி ஆற்றினார்!

குழந்தைகள் இலக்கியத்தைத் தழைக்க வைத்தார்!

குழந்தை எழுத்தாளர்கள் பலரை உருவாக்கினார்!

குழந்தைகளின் புவனத்தில் பாடல்களில் வாழுகின்றார்!

மாலதி இராமலிங்கம்

கவிஞன்

அகழ்வான் நினைவை

அழகாகும் எழுத்துக்கள்

கற்பனையில் கதை படிப்பான்

கை வழியே கறை துடைப்பான்

சின்ன கோலினால் ரத்தங்கள் அவன் சிந்த

சிதறிய துளிகள் செதிக்கிடுமே காவியத்தை

அவன் காணா கற்பனை இல்லை

அவன் தீட்டா காதலும் இல்லை

மூசடைக்க அழிக்குள் ஆழமாய் விட்டாலும்

செம்மீனை வின்மீனாய் எழுத்திலே காட்டிடுவான்

கண்ணோடு காகிதத்தில் காதல் கொண்டவனே

கேட்கிறேன் கேள்வி யாரோ அவன்

காற்றோடு கதை பேசி

கண்டதெல்லாம் கவியக்கும்

தீண்டாத தென்றலையும் எழுத்திலே தீட்டிடும்

கவிஞனே அவன்

ஹரி

கவிஞன் யாவரும்

சிந்தனையில் வார்த்தை கோர்த்து!

அவ் வார்த்தையினால் உற்சாகம் கொடுத்து!

அடிகளில் எதுகை மோனை யென நயம் தொடுத்து!

எண்ணங்களை எழுத்தாக விடுத்து

எவற்றையும் உணர்வாக அறிந்து!

இக்கலை யுலகில்

அழகுக்கும் பேரழகு சேர்த்து!

வாசிப்போரை முழு சுவாசிப்பிற்குள் ஈர்த்து!

வாசிப்பதோடு அல்லாது,

பலர் கவி சுவாசித்து மகிழ்ந்திட!

தானும் பல கவி வடித்து மகிழ்கின்றான் கவிஞன்
யாவரும்!

நெல்லை சதிஸ்

கவிஞன் என்பவன்

கருத்தை சுவைத்து

கற்பனைக்குள் செலுத்துபவனா?

கண்ணால் காண்பவையை

கருவூலமென செதுக்குபவனா?

கடவுளிடம் கவியை

கற்றுப் படிப்பவனா?

கரம் எழுதும் போக்கில் மனம் பேசுவதை
எழுதுபவனா?

காயம் படிந்த இதயத்தின்

தாகம் தீர்ப்பவனா?

காணாமல் போன

காணல் நீர் போன்றவனா?

கண்ணின் கவலையை

கரையோடு சேர்ப்பவனா?

கவி வலையில் இன்னும்

கரைந்து கொண்டே இருக்கிறான்!

கவிதை என்பது யாதென!

ர.பிரியதர்ஷினி,
கரூர் மாவட்டம்

அவன்தான் கவிஞன்

ஆம், அவன் பொய்யன்!

தீமை விளைவிக்கா பொய்களை

மானுடன் இரசிக்கத்தரும் பொய்யன்!

ஆம், அவன் கோமாளி!

இடரென வருவதையும் எண்ணி

மனமேற்க நகைபடைக்கும் கோமாளி!

ஆம், அவன் கல்நெஞ்சக்காரன்!

கண்சிந்தும் நீர்த்துளி மறைத்து

பேனாசிந்தும் மைத்துளியில்

கவியின்பம் பயக்கும் கல்நெஞ்சக்காரன்!

ஆம், அவன் கள்வன்!

பாக்கள் பல படைத்து

நம் மனங்களை கொள்ளைக்கொள்ளும் கள்வன்!

பைங்குழலி ப. யாமினி பன்னீர்செல்வம்

107

கவிஞனின் கவிநயம்

வண்டுகள் பூக்களை பார்த்து!

அதிலிருக்கும் தேனை சுவைத்து!

அதை சேகரிக்கிறது!

அதைப்போல் நீயோ!

கண்களால் பார்த்து!

நினைவுகளால் சேர்த்து!

பார்த்ததையும் சேர்த்ததையும்

முத்தமிழில் கோர்த்து

கவிதையாய் மாற்றிகிறாய் கவிஞனே!

அதை படிக்கும் போது

வண்டுகள் சேகரித்த

தேனைவிட

அமுதமாக இருக்கிறது கவிந்தேனே!

மாஹி. பா

கவிஞர்களும் ஆசான்களே!

அன்பினை புகட்டியும்

ஆறுதலை அளித்தும்

சமத்துவத்தை நிலைநிறுத்தியும்

இயலாமையை அகற்றியும்

நட்புணர்வை மேம்படுத்தியும்

சாதிக்கு எதிராகவும்

பெண்மையை மதித்தும்

தன் கவியை படைக்கும் ஒவ்வொரு கவிஞர்களும்

ஆசான்களே!

சீ.பிர்தௌஸ் பாத்திமா

பாரதியார்

பாரதத்தாயின் அவதாரமே

பாட்டுக்கு நீ தான் ஆதாரமே!

விடுதலைக்கு வித்திட்ட வித்தகரே

விமர்சனம் இல்லாத உத்தமரே!

புரட்சிக் கருத்துக்களை உண்டாக்கினாய்

புதுமைப் பெண்களை உருவாக்கினாய்!

நாடு செழிக்கப் பாடிய நந்தவனமே

செந்தமிழின் சிம்மாசனமே!

இளைஞரகளின் எழுச்சி நாயகரே

உணர்ச்சி பொங்கும் கவிதைக்கு உரிமையானவரே!

வறுமையிலும் பெருமையோடு வாழ்ந்த வான்நிலவே!

பாரதம் போற்றும் பாரதியே

பாட்டுக்கொருப் புலவன் நீ தானே!

கோ.பிரசன்னா
இராமநாதபுரம் மாவட்டம்

கவிஞர் யார்?

அலையை ரசித்தார்

அலைகடலை ரசித்தார்

மழையை ரசித்தார்

அழும் மழலையை ரசித்தார்

மலையை ரசித்தார்

அதன் மரங்களை ரசித்தார்

ஒளி இருளை ரசித்தார்

இயற்கையை ரசித்தார

கண்ணில் கண்டதை ரசித்தவர்

ரசனை மிகுந்தவர், ரசிகர் ஆனார்!

தான் ரசித்ததை பிறர் ரசிக்க

தன் ரசனையை கற்பனையோடு வார்த்தை வரிகளில்

படைத்தவர் கவிஞர் ஆனார்!

பிரமிளா சபாபதி

என்னைக் கவர்ந்த கவிஞர் கண்ணதாசன்

காற்றினில் இசை தொடுத்து

கவி வானில் கலை தொழுது

காலம் வென்ற கவி படைத்து

கந்தவர்கள் மனம் கவர்ந்து

மானிடத்தின் மகதத்துவங்காத்து

அகிலத்தின் அன்பைப்பினைந்து

கற்பனை கடந்து

இயற்கையின் இனிமையை வருணனைத்து

உருவகைத்து உவகைத்தந்து

கருணைக் கண்களைத் திறந்து

காலங்கள் கடந்து

நிற்கின்ற கவி உனது கண்ணதாசனே

சி.முத்து
திருப்பூர்

பாரதிக்காக ஒரு பா!

எட்டயபுரத்தில் வாழ்ந்த எழுச்சியாளர்!

எழுத்தினால் எல்லோர் மனதிலும் நின்றவர்!

எண்ணத்தினால் எம்மனதில் நின்றவர்!

உணர்ச்சிமிகு வரிகளால் உலகெங்கும் திகழ்ந்தவர்!

அடிமைத்தனத்தை அடியோடு அழிக்க நினைத்தவர்!

சிந்தனையால் சிறந்து விளங்கியவர்!

தன் படைப்பை தரணியெங்கும் பரப்பியவர்!

கவிதைகளால் பல கண்களை திறந்தவர்!

குழந்தைகளிடத்திலும் குடிகொண்டவர்!

உடல் இறந்தும் மக்கள் மனதில் வாழும் மான்புமிகு
மகாகவி!

வி.சுரேகா

நான் விரும்பும் கவிஞர்

புதுவையின் புதல்வர்

பன்முக கலைஞர்

புரட்சிக்கவி எனப் போற்றப்படுபவர்

தேன்சுவை சொட்டும் பாடல் வரிகளுக்கு சொந்தகாரர்

பெரும் புகழ் பெற்ற பாவலர்

மூடநம்பிக்கை என்னும் மரத்தை வேரோடு
பிடுங்கியவர்

சித்தாந்த வேதாந்தங்களில் நிபுணர்

பல்வேறு துறைகளால் தமிழ் மொழியை வளர்த்தவர்

எண்ணற்ற படைப்புகளின் தந்தை

நான் விரும்பும் கவிஞர்,

பாரதியாரை தன் விளக்காக எண்ணி ஒளிர்ந்த
பாரதிதாசனே!

டே.பிலோமினள்

தண்ணீர் ஊற்று,

தங்கச்சி மடம்

எனக்கு மிகவும் பிடித்த கவிஞர் மகாகவி பாரதியார்

பாரதியே!

உன் கவிதைக்கு அணை இல்லை!

உன் கற்பனையில் உண்மைக்கு அளவில்லை!

உன் வார்த்தையில் தீ உண்டு!

உன் வரிகளுக்குள் ஒரு மொழி உண்டு!

நீ பேசிய மொழி கவிதை மொழி!

ஆனால் தமிழுக்கு நீ தான் மொழி!

அறியாமை கல்லாய் இருந்தோம்

கவிதை உளியால் ,

அறிவுள்ள சிலையாய் வடித்தாய்

பல காலம் கடந்தாலும்

சிப்பிக்குள் மூடிய முத்துக்களால்

பறபறக்கும் உன் கவிதைகளை

நூறு ஆண்டு கழித்தும்

உன்னைக் கவிதையாக்க நினைக்கும்

என் கற்பனையில் தெரிகிறது உன் புகழ்!

வாழ்க என் பாரதி!

வ.கவிஷ்மா

ஏழாம் வகுப்பு

வள்ளலாரின் வேண்டும் வேண்டாம்

ஒருமையுடன் இறையடியை நினைக்க வேண்டும்;
    உள்ளொன்றாய் புறமொன்றாய் உரைத்தல்
வேண்டாம்;

அருட்பெருஞ்சோ திதன்னையே வணங்க வேண்டும்;
    அயலார்க்குத் தீதொன்றும் செய்ய வேண்டாம்;

திரு உளத்தின் நற்சிந்தை பெருக்க வேண்டும்;
    திசைமாறும் கண்மூடிப் பழக்கம் வேண்டாம்;

இருமைவகை அறிந்தோராய் விளங்க வேண்டும்;
    எளியோர்க்குத் தீமைதன்னைச் செய்ய
வேண்டாம்;

கோடையிலே குளிர் தென்றல் மனமே வேண்டும்;
    குறை பேசும் உள்ளத்தை வளர்ததல்
வேண்டாம்;

ஆடையிலே வெண்மையினை அணிய வேண்டும்;
    அன்பு தனைச் செலுத்துவதை மறக்க
வேண்டாம்;

ஓடையிலே நீரோட்டத் தெளிவு வேண்டும்;
    உயர்தமிழில் பிறமொழியைக் கலக்க
வேண்டாம்;

பாடையாகச் செல்கின்ற நிலை வந் தாலும்

பண்புகெடும் எச்செயலும் செய்ய வேண்டாம்;

அன்பு ஆறுமுகம்
சாத்தூர்

கவிதைக்கு கண்ணதாசன்

கண்ணதாசனே கண்ணதாசனே கவிதை கொடு

உன் கை விரல் இடுக்கில் சிலம்பம் ஆடும் அந்த
எழுதுகோலை என்னிடம் கொடு

தத்தித் தவழ்ந்து விளையாடும் செந்தமிழை எனக்கு
பரிசாக கொடு

சிதறிய எழுத்துக்களை மாலையாக கோர்த்து என்
தமிழன்னைக்கு தானமாக நீ கொடு

உன்னைப் போல் ஒரு கவிஞன் இல்லை உன் பாடலை
கேட்காத மனிதர்களே இவ்வுலகில் இல்லைவரி கட்ட
பணம் இல்லை உன் வரிகளை படிக்காதவர்கள்
எவருமில்லை

அண்ணன்-தம்பி என்றிருந்தும் உன் ஆபத்துக்கு
உதவவில்லை

உன் பேனாவின் முனை மட்டும் எழுத மறுத்திருந்தால்

வறுமையில் வாழ்ந்திருப்பாய் தேன் மொழியாய்
கவிபாடி அனைவரின் இதயத்திலும் குடி புகுந்தாய்

காவியத் தலைவன் நீயல்லவா நான் எழுதும்
கவிதையும் உனதல்லவா எழுதத் தெரியாத என்னையும்
நீ கவிஞனாக்கிய கவினல்லவா.

கவிஞன் இரா சிவா

www.ingramcontent.com/pod-product-compliance
Lightning Source LLC
Chambersburg PA
CBHW031334160726